சிவவாக்கியம்

சிவவாக்கியர்

TAMIL UNLIMITED LLC
10 Maybelle Court, Mechanicsburg PA 17050
tamilanitham.com

நூலின் பெயர் : சிவவாக்கியம்

ISBN : 979-8-9909905-9-3

ஆசிரியர் : சித்தர் சிவவாக்கியர்

பொருள் : பக்தி இலக்கியம்

மொழி : தமிழ்

முதல் பதிப்பு : அச்சுப்பதிப்பு 2025

நூலின் விவரம் : 5.5 x 8.500 (216mm x 280mm)

எழுத்துரு : தமிழ் இணையக் கழகம் TAU மருதம்

எழுத்துரு அளவு : 12

விலை : USD $ 10.00

அச்சகம் : IngramSpark

பதிப்பகம் : TAMIL UNLIMITED LLC

10 Maybelle Court, Mechanicsburg PA

17050 USA

+17178025889

+17177283999

tamilunltd@gmail.com

காப்பு

அகாரகாரணத்துளே யநேகநேக ரூபமாய்

உகாரகாரணத்துளே வுருதரித்து நின்றனன்

மகாரகாரணத்துளே மயங்கிநின்ற வையகம்

சிகாரகாரணத்துளே தெளிந்தது சிவாயமே

அறியதோர் நமசிவாய மாதியந்த மானதும்

ஆறிரண்டு நூறுதேவ ரன்றுரைத்த மந்திரம்

தெரியநாலுவேதமாறு சாஸ்திர புராணமுந்

தேடுமாலுமயனுஞ் சர்வ தேவதேவனே

நமச்சிவாயமைத்தெழுத்து நிற்குநன்னிலைகளும்

நமசிவாயமைந்தனோடு கூடுமவ்வெழுத்த்தையும்

நமசிவாயமைந்து பூத் நாதமானவாறையும்

நவச்சிவாயவுண்மையை நமக்குரைசெய்நாதனே

கரியதோர் முகத்தையொத்த கற்பகத்தைக் கைதொழக்

கலைகள்நூல்கள் ஞானமுங் கருத்தில் வந்துதிக்கவே

பெரியபேர்கள் சிறியபேர்கள் கற்றுணர்ந்த பேரெலாம்

பேயனாகி யோதிடும் பிழை பொறுக்க வேண்டுமே.

பாடல்கள்

ஆனவஞ் செழுத்துளே யண்டமும் மகண்டமும்

ஆனவஞ் செழுத்துளே யாதியான மூவரும்

ஆனவஞ் செழுத்துளே யகாரமும் மகாரமும்

ஆனவஞ் செழுத்துளே யடங்கலாவ லுற்றே.

ஓம் நம: சிவாய ஓம்

ஓம் நம: சிவாய ஓம்

ஓம் நம: சிவாய ஓம்

ஓடி ஓடி ஓடி ஓடி உட்கலந்த ஜோதியை

நாடி நாடி நாடி நாடி நாட்களும் கழிந்துபோய்

வாடி வாடி வாடி வாடி மாண்டுபோன மாந்தர்கள்

கோடி கோடி கோடி கோடி எண்ணிறந்த கோடியே

ஓம் நம: சிவாய ஓம்

ஓம் நம: சிவாய ஓம்

ஓம் நம: சிவாய ஓம்

வடிவு கண்டுகொண்ட பெண்ணை மற்றொருவர் நத்தினால்

விடுவனோ லவளையின்னம் வெட்டவேணு மென்பனே

நடுவன் வந்தழைத்தபோது நாறுமிந்த நல்லுடல்

சுடலைமட்டும் கொண்டுபோய்த் தோட்டிகைகொடுப்பரே.

ஓம் நம: சிவாய ஓம்

ஓம் நம: சிவாய ஓம்

ஓம் நம: சிவாய ஓம்

என்னிலே இருந்த ஒன்றையான் அறிந்ததில்லையே

என்னிலே இருந்த ஒன்றையான் அறிந்து கொண்டபின்

என்னிலே இருந்த ஒன்றையாவர் காணவல்லரோ

என்னிலே இருந்திருந்து யான்உணர்ந்து கொண்டவனே

ஓம் நம: சிவாய ஓம்

ஓம் நம: சிவாய ஓம்

ஓம் நம: சிவாய ஓம்

நினைப்பதொன்று கண்டிலேன் நீயலாது வேறிலை

நினைப்புமாய் மறப்புமாய் நின்றமாய்கை மாய்கையை

அனைத்துமாய் அகண்டமாய் அனாதிமுன் அனாதியாய்

எனக்குள்நீ உனக்குள்நான் இருக்குமாறு எங்ஙனே

ஓம் நம: சிவாய ஓம்

ஓம் நம: சிவாய ஓம்

ஓம் நம: சிவாய ஓம்

மண்ணும் நீ விண்ணும் நீ மறிகடல்கள் ஏழும் நீ

எண்ணும் நீ எழுத்தும் நீ இசைத்த பண் எழுத்தும் நீ

கண்ணும் நீ மணியும் நீ கண்ணுளாடும் பாவை நீ

நண்ணும் நீர்மை நின்ற பாதம் நண்ணுமாறு அருளிடாய்

ஓம் நம: சிவாய ஓம்

ஓம் நம: சிவாய ஓம்

ஓம் நம: சிவாய ஓம்

அரியும் அல்ல அயனும் அல்ல அப்புறத்தில் அப்புறம்

கருமை செம்மை வெண்மையைக் கடந்து நின்ற காரணம்

பெரியதல்ல சிறியதல்ல பற்றுமின்கள் பற்றுமின்கள்

துரியமும் கடந்து நின்ற தூர தூர தூரமே

ஓம் நம: சிவாய ஓம்

ஓம் நம: சிவாய ஓம்

ஓம் நம: சிவாய ஓம்

அந்தி மாலை உச்சி மூன்றும் ஆடுகின்ற தீர்த்தமும்

சாந்தி தர்ப்பணங்களும் தபங்களும் செபங்களும்

சிந்தை மேவு ஞானமும் தினம் செபிக்கு மந்திரம்

எந்தை ராம ராம ராம ராம என்னும் நாமமே

ஓம் நம: சிவாய ஓம்

ஓம் நம: சிவாய ஓம்

ஓம் நம: சிவாய ஓம்

கதாவு பஞ்ச பாதகங்களைத் துறந்த மந்திரம்

இதாம் இதாம் இதல்ல என்று வைத்துழலும் ஏழைகாள்

சதா விடாமல் ஓதுவார் தமக்கு நல்ல மந்திரம்

இதாம் இதாம் இராம ராம ராம என்னும் நாமமே.

ஓம் நம: சிவாய ஓம்

ஓம் நம: சிவாய ஓம்

ஓம் நம: சிவாய ஓம்

நானதேது நீயதேது நடுவில் நின்றதேதடா

கோனதேது குருவதேது கூறிடும் குலாமரே

ஆனதேது அழிவதேது அப்புறத்தில் அப்புறம்

ஈனதேது ராம ராம ராமவென்ற நாமமே

ஓம் நம: சிவாய ஓம்

ஓம் நம: சிவாய ஓம்

ஓம் நம: சிவாய ஓம்

அஞ்சும் மூன்றும் எட்டதாம் அநாதியான மந்திரம்

நெஞ்சிலே நினைந்துகொண்டு நீருருச் செபிப்பீரேல்

பஞ்சமான பாதகங்கள் நூறு கோடி செய்யினும்

பஞ்சு போல் பறக்கும் என்று நான் மறைகள் பன்னுமே

ஓம் நம: சிவாய ஓம்

ஓம் நம: சிவாய ஓம்

ஓம் நம: சிவாய ஓம்

அண்டவாசல் ஆயிரம் பிரசண்டவாசல் ஆயிரம்

ஆறிரண்டு நூர்கொடியான வாசல் ஆயிரம்

இந்த வாசல் ஏழை வாசல் ஏக போகமான வாசல்

எம்பிரான் இருக்கும் வாசல் யாவர் கணவல்லரோ?

ஓம் நம: சிவாய ஓம்

ஓம் நம: சிவாய ஓம்

ஓம் நம: சிவாய ஓம்

தங்கம் ஒன்று ரூபன் வேறு தன்மையான வாறு போல்

செங்கன் மாலும் ஈசனும் சிறந்திருந்ததும்முளே

விங்களங்கள் பேசுவோர் விளங்குகின்ற மாந்தரே

எங்குமாகி நின்ற நாமம் இந்த நாமமே.

ஓம் நம: சிவாய ஓம்

ஓம் நம: சிவாய ஓம்

ஓம் நம: சிவாய ஓம்

அஞ்செழுத்திலே பிறந்து அஞ்செழுத்திலே வளர்ந்து

அஞ்செழுத்தை ஓதுகின்ற பஞ்சபூத பாவிகாள்

அஞ்செழுத்திலோர் எழுத்து அறிந்துகூற வல்லரேல்

அஞ்சல் அஞ்சல் என்றுநாதன் அம்பலத்தில் ஆடுமே.

ஓம் நம: சிவாய ஓம்

ஓம் நம: சிவாய ஓம்

ஓம் நம: சிவாய ஓம்

அண்ணலே அனாதியே அனாதிமுன் அனாதியே

பெண்ணும் ஆணும் ஒன்றலோ பிறப்பதற்கு முன்னெலாம்

கண்ணில் ஆணின் சுக்கிலம் கருவில் ஓங்கும் நாளிலே

மன்னுளோரும் வின்னுளோரும் வந்தவாறு எங்ஙகனே

ஓம் நம: சிவாய ஓம்

ஓம் நம: சிவாய ஓம்

ஓம் நம: சிவாய ஓம்

பண்டுநான் பறித்தெறிந்த பன்மலர்கள் எத்தனை

பாழிலே செபித்துவிட்ட மந்திரங்கள் எத்தனை

மிண்டராய்த் திரிந்தபோது இரைத்தநீர்கள் எத்தனை

மீளவும் சிவாலயங்கள் சூழவந்தது எத்தனை

ஓம் நம: சிவாய ஓம்

ஓம் நம: சிவாய ஓம்

ஓம் நம: சிவாய ஓம்

செய்ய தெங்கிலே இளநீர் சேர்ந்த காரணங்கள் போல்

ஐயன்வந்து என்னுளம் புகுந்து கோயில் கொண்டனன்

ஐயன்வந்து என்னுளம் புகுந்து கோயில் கொண்டபின்

வையகத்தில் மாந்தர் முன்னம் வாய் திறப்பது இல்லையே!

ஓம் நம: சிவாய ஓம்

ஓம் நம: சிவாய ஓம்

ஓம் நம: சிவாய ஓம்

அம்பலத்தை அம்புகொண்டு அசங்கென்றால் அசங்குமோ

கம்பமற்ற பாற்கடல் கலங்கென்றால் கலங்குமோ

இன்பமற்ற யோகியை இருளும்வந் தணுகுமோ

செம்பொன் னம்பலத்துளே தெளிந்ததே சிவாயமே

ஓம் நம: சிவாய ஓம்

ஓம் நம: சிவாய ஓம்

ஓம் நம: சிவாய ஓம்

இடதுகண்கள் சந்திரன் வலது கண்கள் சூரியன்

இடக்கை சங்குசக்கரம் வலக்கை சூல மான்மழு

எடுத்தபாதம் நீள்முடி எண்திசைக்கும் அப்புறம்

உடல்கலந்து நின்றமாயம் யாவர்காண வல்லரே

ஓம் நம: சிவாய ஓம்

ஓம் நம: சிவாய ஓம்

ஓம் நம: சிவாய ஓம்

அகாரம் என்ற அக்கரத்துள் அவ்வுவந்து உதித்ததோ

உகாரம் என்ற அக்கரத்துள் உவ்வு வந்து உதித்ததோ

அகாரமும் உகாரமும் சிகாரமின்றி நின்றதோ

விகாரமற்ற யோகிகாள் விரித்துரைக்க வேணுமே

ஓம் நம: சிவாய ஓம்

ஓம் நம: சிவாய ஓம்

ஓம் நம: சிவாய ஓம்

அண்டம் நீ அகண்டம் நீ ஆதிமூல மானோன் நீ

கண்டம் நீ கருத்தும் நீ காவியங்கள் ஆனோன் நீ

புண்டரீக மன்றுளே புனருகின்ற புண்ணியர்

கொண்ட கோலமான நேர்மை கூர்மை என்ன கூர்மையே

ஓம் நம: சிவாய ஓம்

ஓம் நம: சிவாய ஓம்

ஓம் நம: சிவாய ஓம்

சிவாயம் என்ற அட்சரம் சிவன் இருக்கும் அட்சரம்

உபாயம் என்று நம்புதற்கு உண்மையான அட்சரம்

கபாடம் உற்ற வாசலைக் கடந்து போன வாயுவை

உபாயம் இட்டு அழைக்குமே சிவாய அஞ்செழுத்துமே

ஓம் நம: சிவாய ஓம்

ஓம் நம: சிவாய ஓம்

ஓம் நம: சிவாய ஓம்

உருவுமல்ல வெளியுமல்ல ஒன்றைமேவி நின்றதல்ல

மருவுமல்ல காதமல்ல மற்றதல்ல அற்றதல்ல

பெரியதல்ல சிறியதல்ல போகுமாவி தானுமல்ல

அரியதாகி நின்றநேர்மை யாவர்காண வல்லரே

ஓம் நம: சிவாய ஓம்

ஓம் நம: சிவாய ஓம்

ஓம் நம: சிவாய ஓம்

மண்கலங் கவிழ்ந்தபோது வைத்துவைத்து அடுக்குவார்

வெண்கலங் கவிழ்ந்தபோது வேணுமென்று பேணுவார்

நண்கலங் கவிழ்ந்தபோது நாறுமென்று போடுவார்

எண்கலந்து நின்றமாயம் என்ன மாய மீசனே

ஓம் நம: சிவாய ஓம்

ஓம் நம: சிவாய ஓம்

ஓம் நம: சிவாய ஓம்

தில்லையை வணங்கி நின்ற தெண்டனிட்ட வாயுவே

எல்லையைக் கடந்து நின்ற ஏக போக மாய்கையே

எல்லையைக் கடந்து நின்ற சொர்க்கலோக வெளியிலே

வெள்ளையும் சிகப்புமாகி மெய் கலந்து நின்றதே!

ஓம் நம: சிவாய ஓம்

ஓம் நம: சிவாய ஓம்

ஓம் நம: சிவாய ஓம்

அவ்வெனும் எழுத்தினால் அகண்டம் ஏழுமாகினாய்

உவ்வெனும் எழுத்தினால் உருத்தரித்து நின்றனை

மவ்வெனும் எழுத்தினால் மயங்கினார்கள் வையகம்

அவ்வும் உவ்வும் மவ்வுமாய் அமர்ந்ததே சிவாயமே

ஓம் நம: சிவாய ஓம்

ஓம் நம: சிவாய ஓம்

ஓம் நம: சிவாய ஓம்

அவ்வுதித்த மந்திரம் அகாரமாய் உகாரமாய்

எவ்வெழுத்து அறிந்தவர்க்கு ஏழுபிறப்பு அது இங்கிலை

சவ்வுதித்த மந்திரத்தை தற்பரத்து இருத்தினால்

அவவும் உவ்வும் மவ்வுமாய் அமர்ந்ததே சிவாயமே

ஓம் நம: சிவாய ஓம்

ஓம் நம: சிவாய ஓம்

ஓம் நம: சிவாய ஓம்

நமசிவாய அஞ்செழுத்தும் நல்குமேல் நிலைகளும்

நமசிவாய அஞ்சில் அஞ்சும் புராணமான மாயையும்

நமசிவாய அஞ்செழுத்து நம்முளே இருக்கவே

நமசிவாய உண்மையை நன்கு உரை செய் நாதனே

ஓம் நம: சிவாய ஓம்

ஓம் நம: சிவாய ஓம்

ஓம் நம: சிவாய ஓம்

ஓம்நம சிவாயமே உணர்ந்துமெய் உணர்ந்தபின்

ஓம்நம சிவாயமே உணர்ந்துமெய் தெளிந்துபின்

ஓம்நம சிவாயமே உணர்ந்துமெய் அறிந்தபின்

ஓம்நம சிவாயமே உட்கலந்து நிற்குமே

ஓம் நம: சிவாய ஓம்

ஓம் நம: சிவாய ஓம்

ஓம் நம: சிவாய ஓம்

இல்லை இல்லை இல்லையென்று இயம்புகின்ற ஏழைகாள்

இல்லையென்று நின்றஒன்றை இல்லை என்னலாகுமோ

இல்லையல்ல என்றுமல்ல இரண்டும் ஒன்றி நின்றதை

எல்லைகண்டு கொண்டோரினிப் பிறப்பதிங் கில்லையே

ஓம் நம: சிவாய ஓம்

ஓம் நம: சிவாய ஓம்

ஓம் நம: சிவாய ஓம்

கார கார கார கார காவல் ஊழிக் காவலன்

போர போர போர போர போரில் நின்ற புண்ணியன்

மார மார மார மார மரங்கள் ஏழும் எய்தஸ்ரீ

ராம ராம ராம ராம ராம என்னும் நாமமே

ஓம் நம: சிவாய ஓம்

ஓம் நம: சிவாய ஓம்

ஓம் நம: சிவாய ஓம்

விண்ணிலுள்ள தேவர்கள் அறியொணாத மெய்ப்பொருள்

கண்ணில் ஆணியாகவே கலந்துநின்ற எம்பிரான்

மண்ணிலாம் பிறப்பறுத்து மலரடிகள் வைத்தபின்

அண்ணலாரும் எம்முளே அமர்ந்து வாழ்வதுண்மையே

ஓம் நம: சிவாய ஓம்

ஓம் நம: சிவாய ஓம்

ஓம் நம: சிவாய ஓம்

காலை மாலை தம்மிலே கலந்து நின்ற காலனார்

மாலை காலை யாச்சிவந்த மாயம் ஏது செப்பிஙர்

காலை மாலை அற்று நீர் கருத்துளே ஒடுங்கினால்

காலை மாலை ஆகி நின்ற காலன் இல்லை இல்லையே

ஓம் நம: சிவாய ஓம்

ஓம் நம: சிவாய ஓம்

ஓம் நம: சிவாய ஓம்

அகாரமான தம்பலம் அனாதியான தம்பலம்

உகாரமான தம்பலம் உண்மையான தம்பலம்

மகாரமான தம்பலம் வடிவமான தம்பலம்

சிகாரமான தம்பலம் தெளிந்ததே சிவாயமே

ஓம் நம: சிவாய ஓம்

ஓம் நம: சிவாய ஓம்

ஓம் நம: சிவாய ஓம்

உண்மையான மந்திரம் ஒளியிலே இருந்திடும்

தண்மையான மந்திரம் சமைந்த ரூபமாகியே

வெண்மையான மந்திரம் விளைந்து நீறதானதே

உண்மையான மந்திரம் தோன்றுமே சிவாயமே

ஓம் நம: சிவாய ஓம்

ஓம் நம: சிவாய ஓம்

ஓம் நம: சிவாய ஓம்

ஓம் நம: சிவாய ஓம்

ஓம் நம: சிவாய ஓம்